EBIGAM BYANGE EBISOOKA

◄ ◄◄◄ ◄◄◄ ◄◄◄ ◄◄◄ ◄◄◄ ◄◄

MY FIRST WORDS

1000 first words in Luganda & English

by

Tales From Uganda

Written and designed by
Ramathan and Hannah Ziwa

Published by
Tales From Uganda
Jinja, Uganda

www.talesfromuganda.com

FOR MUSA & NAILA, TUBAAGALA NNYO

First paperback edition 2021

ISBN: 978-9913-630-00-9 (paperback)
ISBN: 978-9913-630-01-6 (ebook)

wasuze otya?

good morning

KU MAKYA / IN THE MORNING

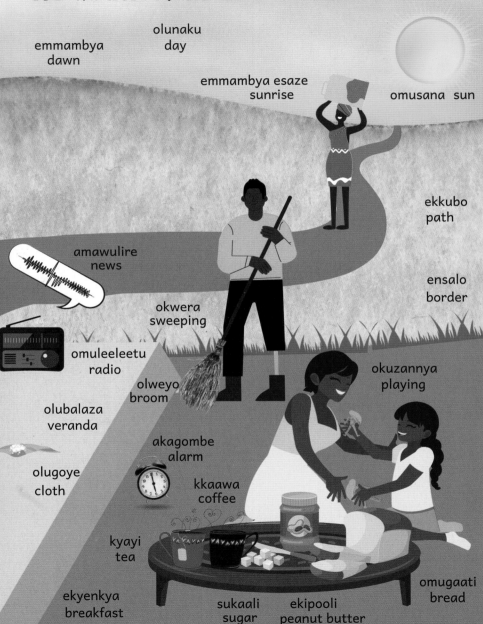

olunaku
day

emmambya
dawn

emmambya esaze
sunrise

omusana sun

ekkubo
path

amawulire
news

ensalo
border

okwera
sweeping

omuleeleetu
radio

okuzannya
playing

olweyo
broom

olubalaza
veranda

akagombe
alarm

olugoye
cloth

kkaawa
coffee

kyayi
tea

omugaati
bread

ekyenkya
breakfast

sukaali
sugar

ekipooli
peanut butter

Quality

Control

4

ebisooto
mud

bukyafu
dirty

nayikondo
water pump

obukoko
chicks

enkoko empanga
cockeral

enkoko
chicken

waya y'engoye
washing line

oluggya
compound

buyonjo
clean

ekidomola
jerry can

okusammuka
splash

ebbafu
basin

sabbunni
soap

ebbala
stain

AB'ENJU / FAMILY

ekika
clan

bajjaajja
ancestors

mukadde
old

okusiba
akaweta

engaged

jjajja omusajja
grandfather

atali mufumbo
single

mulamu
sister
-in-law

kojja
maternal
uncle

maama
mother

abazadde
parents

kizibwe
maternal
cousins

muganda wange
same sex sibling

abalongo
twins

omuwala
daughter

omuzzukulu
grandchild

okwola
adoption

mulekwa
orphan

eggwanga
tribe

okwagala
love

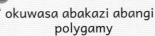

okuwasa abakazi abangi
polygamy

abaagalana
lovers

jjajja omukazi
grandmother

jjaajja
grandparent

bakazi baggya
sister wives

taata
father

ssenga
paternal
aunt

mulamu
brother-
in-law

okugattululwa
mu bufumbo
divorced

muto
young

mutabani
son

omwana
child

mwannyinaze
different sex sibling

omufumbo
spouse

omwami
husband

mukyalawo
wife

omuvubuka
teenager

semwandu
widowed

mukwano gwo
friend

OBUTONDE / NATURE

eggulu
sky

ebire
clouds

embeera y'obudde
weather

oluyinja
hail

olusozi
mountain

olusozi oluwanda omuliro
volcano

olufu
mist

omuzira
snow

obunnyogovu
cold

enkuba y'amayinja
monsoon

obutwa
poison

okwonoona
obutonde
pollution

omukka
smoke

ebiseera by'enkuba
rainy season

okwokya
burn

amataba
flood

okusaasaanya kasasiro
litter

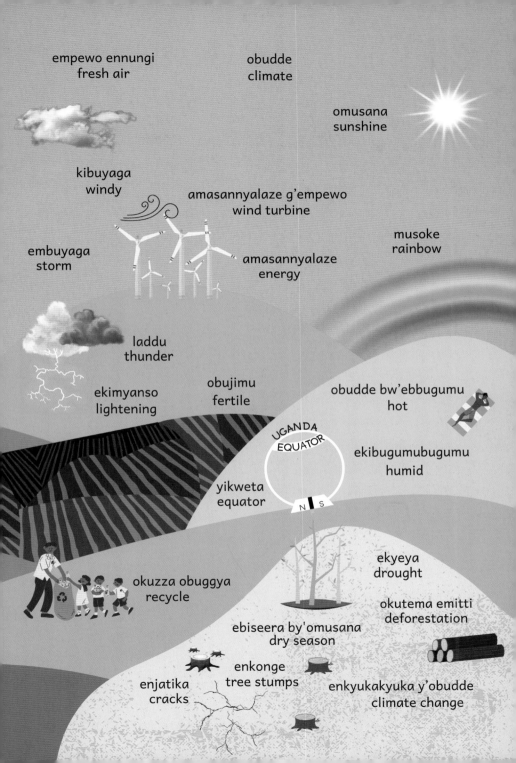

MU NNIMIRO / IN THE GARDEN

ekiwojjolo
butterfly

okutoba
wet

okufukirira
to water

enjuki
bees

ekitiiyo
spade

omubisi gw'enjuki
honey

okusoggola lumonde
dig potatoes

bbogoya
banana

okusiga
sow

enkumbi
hoe

kasooli
maize

ensigo
seeds

okukungula
harvest

ekkovu
snail

ensigo ento
seedling

ekimera
plant

ttaapu tap

EBYOBULAMU / HEALTH CARE

eddwaaliro
hospital

emmotoka etwala
abalwadde
ambulance

omusawo w'ebisolo
vet

eddagala
medicine

empiso
syringe

City Hospital
→

Veterinary
Hospital
←

muyi
ill

ndiga
sheep

ekisale
cut

omuntu ayonja
cleaner

okusindika
push

okusika
pull

Community
Health
Clinic
→

emiggo
gy'abalema
crutches

akafulejje
tippy tap

akagaali
k'abalema
wheelchair

ettundiro ly'eddagala
pharmacy

okunabba engalo
hand washing

okwefaako
wellbeing

okugulu
okumenyefu
broken leg

amakerenda
tablets

bulamu
healthy

ekinuubule
bruise

obujjanjabi bw'omutwe
mental health

okubulirira
therapy

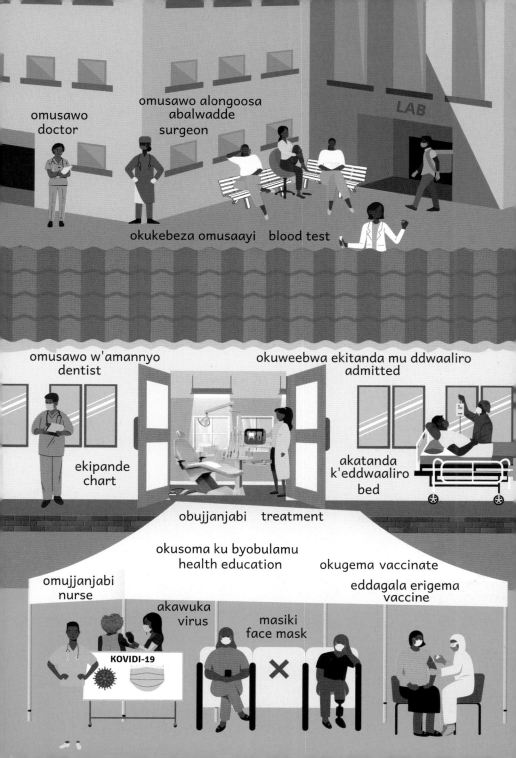

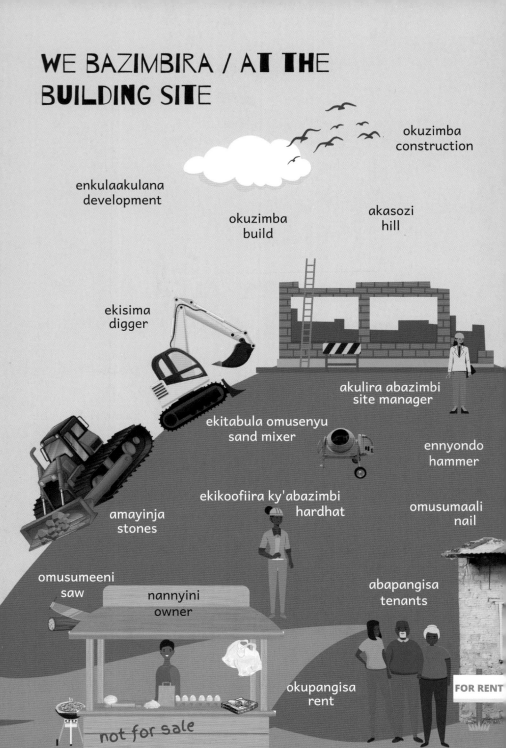

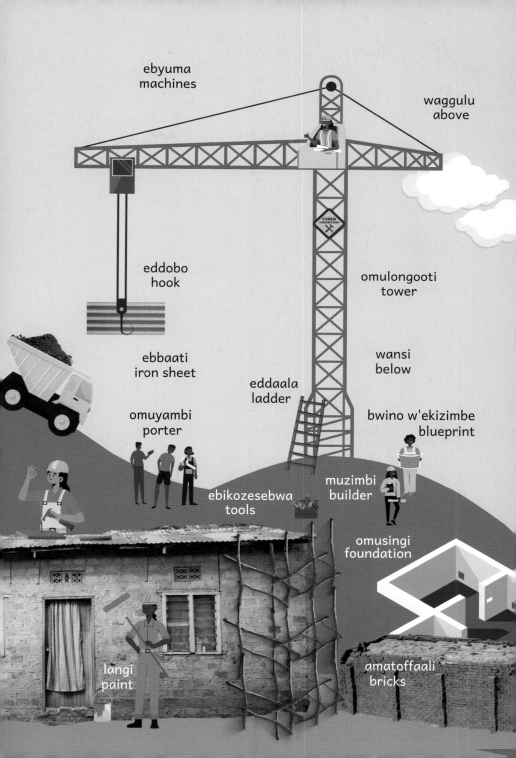

KU SSOMERO / AT SCHOOL

ebyokuzannyisa
toys

okuleekaana
shout

ebitabo
books

etterekero
ly'ebitabo
library

akalobo
bucket

ekyesuubo
see-saw

omusenyu
sandpit

ekyesubo
swings

ebireekaana
noise

we bazannyira
playground

kuwummula
rest

omufumbi
cook

Zziwa
School

Jinja

karibu

abayizi
students

ekisulo
boarding house

olugoye
olusomerwamu
uniform

obusirifu
quiet

Hostel
←

ensawo
y'essomero
school bag

okukuba akaama
whisper

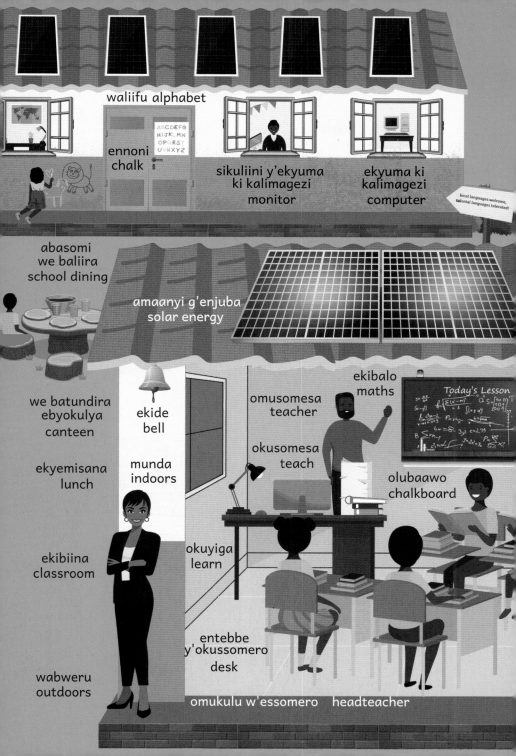

ENKULA, OKUPIMA & LANGI /
SHAPES, MEASURES & COLOURS

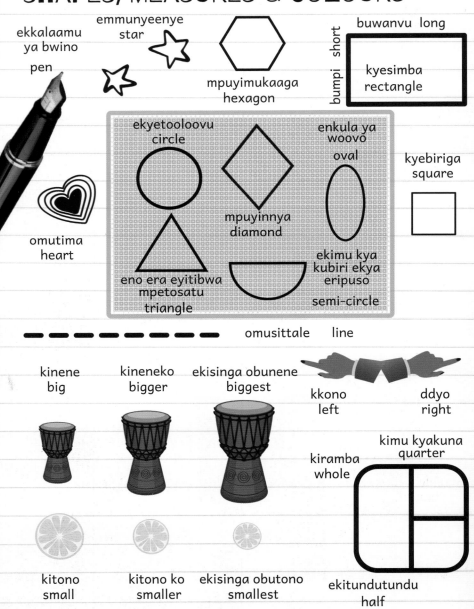

ekkalaamu ya bwino
pen

emmunyeenye
star

mpuyimukaaga
hexagon

bumpi short

buwanvu long

kyesimba
rectangle

kyebiriga
square

omutima
heart

ekyetooloovu
circle

enkula ya woovo
oval

mpuyinnya
diamond

ekimu kya kubiri ekya eripuso
semi-circle

eno era eyitibwa mpetosatu
triangle

omusittale   line

kinene
big

kineneko
bigger

ekisinga obunene
biggest

kkono
left

ddyo
right

kiramba
whole

kimu kyakuna
quarter

kitono
small

kitono ko
smaller

ekisinga obutono
smallest

ekitundutundu
half

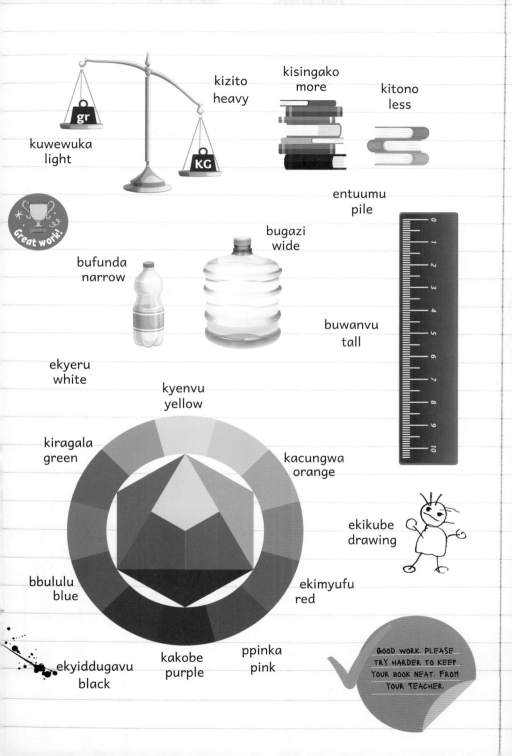

ENAMBA N'OBUDDE / NUMBERS AND TIME

zeero	zero
emu	one
bbiri	two
ssatu	three
nnya	four
ttaano	five
mukaaga	six
musanvu	seven
munaana	eight
mwenda	nine
kkumi	ten

okubala
counting

olubu
strings
of beads

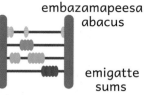

embazamapeesa
abacus

emigatte
sums

bukwanzi
beads

60 seconds = 1 minute
obutikitiki 60 = eddakiika emu

60 minutes = 1 hour
eddakiika 60 = essaawa emu

24 hours = 1 day
essaawa abiri mu nnya = olunaku lumu

7 days = 1 week
ennaku musanvu = sabbiiti emu

4 weeks = 1 month
ssabbiiti nnya = omwezi gumu

ennaku 365 / 365 days =
ssabbiiti 52 / 52 weeks =
emyezi 12 / 12 months =
omwaka gumu
1 year

emyaka 10 = 1 kumi ne'biiri
10 years = 1 decade

emyaka 100 = ekyasa kimu
100 years = 1 century

okulagira
order

ekisembayo
last

eky'okutaano — fifth
eky'okuna — fourth
eky'okusatu — third
eky'okubiri — second
ekisooka — first

ekisooka
first

endagiriro
direction

amambuka — north
obuvanjubba — east
obugwanjubba — west
amaserengeta — south

obudde
time

akatikitiki — second

eddakiika — minute

essaawa — hour

enaaku za sabitti — days of the week

bbalaza	monday
lwakubiri	tuesday
lwakusatu	wednesday
lwakuna	thursday
lwakutaanno	friday
lwamukaaga	saturday
ssabbiiti	sunday

emyezi — months

gatonnya	january
mukutulansanja	february
mugulansigo	march
kafuumuulampawu	april
muzigo	may
ssebaaseka	june
kasambula	july
muwakanya	august
mutunda	september
mukulukusabitungotungo	october
museenene	november
ntenvu	december

EMPULIRA / FEELINGS

Nina kyempulira...
I am feeling...

akamwenyu
smile

obukkakkamu
at ease

musanyufu
happy

kukaaba
crying

amaziga
tears

munakuwavu
sad

empulira
zonna za
mugaso
----
all feelings
are ok and
important

okwewuunya
surprised

munyiivu
angry

okwagala
okumanya
curious

okunyiiga
frown

okwayuuya
yawn

nkooye
tired

ekyejo
cheeky

bwoba olina engeri
gy'owulira etali
nzikakkamu yogerako
n'omuntu omukulu gwe
weesiga

If you are having big strong
feelings, share them with
an adult you trust

ntidde
scared

omukwano
love

okunywegera
kiss

ebirowoozo
thoughtful

mweraliikirivu
worried

saagala
dislike

njagala
like

OMUBIRI / THE BODY

obwongo
brain

omutwe
head

enviiri
hair

ebisige
eyebrows

amaso
eyes

ekibegabega
shoulder

ennyindo
nose

omukono
arm

emimwa
lips

ensingo
neck

ensigo
organs

ekibumba
liver

olubuto
stomach

akamwa
mouth

omukono
hand

amannyo
teeth

eddookooli
tonsils

ekinkumu
thumb

olulimi
tongue

ebibuno
gums

bwaala
fingers

enkovu
scar

enketteso z'omubiri ettaano
the five senses

okuwulira
hearing

okukombako
taste

okukwata
touch

ekigere
leg

akakongovule
ankle

okulaba
sight

okuwunyiriza
smell

enjala
nails

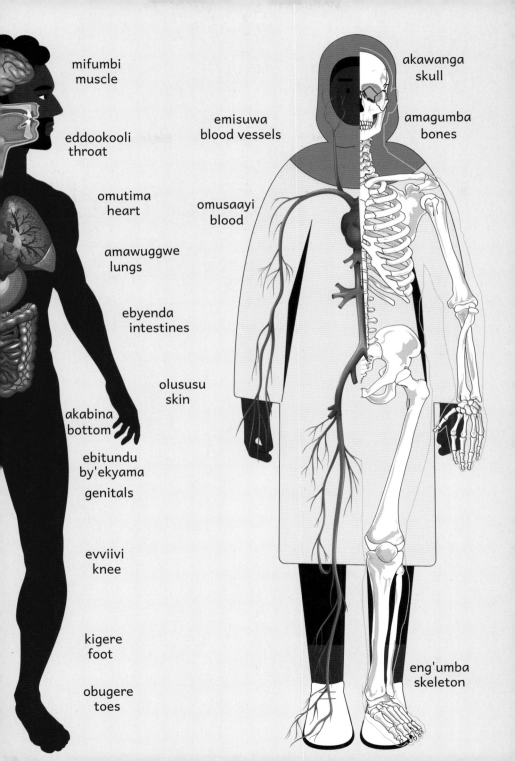

mifumbi
muscle

eddookooli
throat

omutima
heart

amawuggwe
lungs

ebyenda
intestines

olususu
skin

akabina
bottom

ebitundu
by'ekyama
genitals

evviivi
knee

kigere
foot

obugere
toes

emisuwa
blood vessels

omusaayi
blood

akawanga
skull

amagumba
bones

eng'umba
skeleton

EMIRIMU / OCCUPATIONS

ow'amasannyalaze
electrician

omukanisi
technician

omuzimbi
builder

omusawo w'amannyo
dentist

munnasayansi
scientist

omusawo w'ebisoolo
veterinarian

omuserikale wa poliisi
police officer

azikiza omuliro
fire fighter

omusawo
doctor

yinginiya
engineer

omukubi w'ebifaananyi
photographer

omutunzi w'engoye
seamstress

munnamawulire
journalist

omuzinyi
dancer

munnabyamizannyo
athlete

mukubi wa bifaananyi
artist

omufumbi
chef

akulira ekitongole
CEO

omujaasi
soldier

akola mu tterekero ly'ebitabo
librarian

omuyimbi
musician

munnabyamisono
designer

agaba obujjanjabi obusookerwako
paramedic

ayonja
cleaner

omuvuzi w'ennyonyi
pilot

munnabyabufuzi
politician

omusuubuzi
entrepreneur

agenda ku mwezi
astronaut

munnameteeka
lawyer

omubazzi
carpenter

KU KISAAWE KY'ENNYONYI /
AT THE AIRPORT

 ARRIVALS

abalambuzi
tourists

w'osanga emigugu
baggage claim

akafumito
hug

olukuubo lw'ennyonyi
aisle

ekisinge mu nnyonyi
cabin

ekiwawaatiro
wing

omugoba
w'ennyonyi
pilot

abakozi b'okunnyoni
cabin crew

ekyensuti ky'ennyonyi
plane tail

okulinnya
boarding

omugoba
w'ennyonyi
captain

ennyonyi
we ziddukira
runway

ensawo
y'okumugongo
backpack

okulinda
waiting

esaziddwaamu
cancelled

ekijjukizo
souvenir

ebyokwerinda
ku kisaawo
ky'ennyonyi
airport security

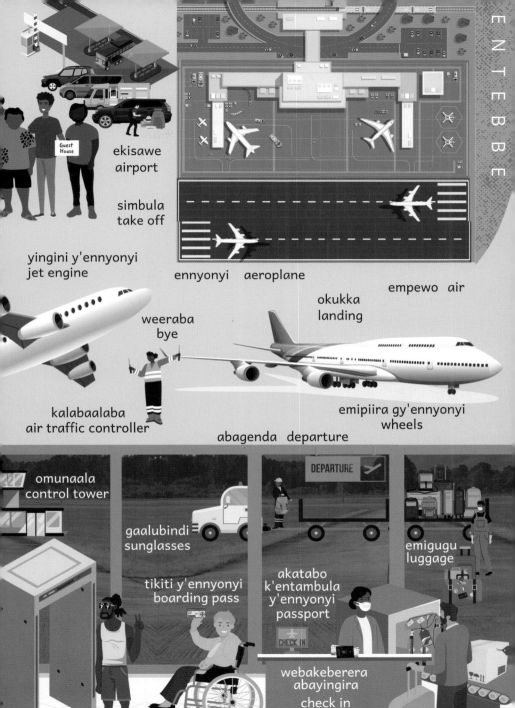

ekisawe
airport

simbula
take off

yingini y'ennyonyi
jet engine

ennyonyi   aeroplane

empewo   air

okukka
landing

weeraba
bye

kalabaalaba
air traffic controller

emipiira gy'ennyonyi
wheels

abagenda   departure

omunaala
control tower

DEPARTURE

gaalubindi
sunglasses

emigugu
luggage

tikiti y'ennyonyi
boarding pass

akatabo
k'entambula
y'ennyonyi
passport

CHECK IN

webakeberera
abayingira
check in

MU KIBUGA / IN THE CITY

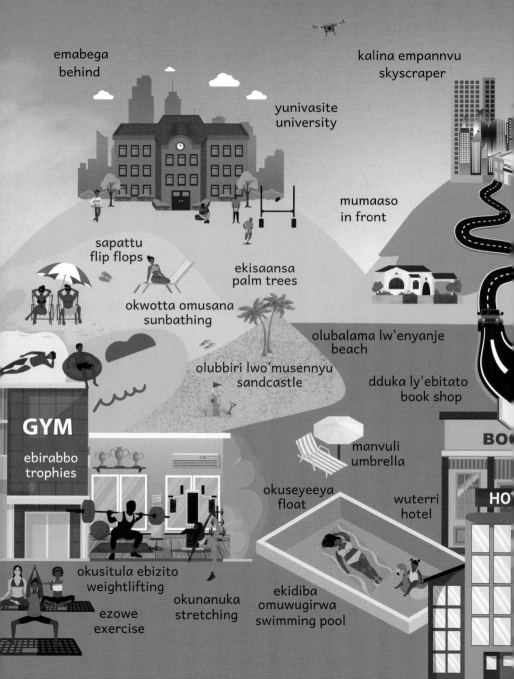

emabega
behind

kalina empannvu
skyscraper

yunivasite
university

mumaaso
in front

sapattu
flip flops

ekisaansa
palm trees

okwotta omusana
sunbathing

olubalama lw'enyanje
beach

olubbiri lwo'musennyu
sandcastle

dduka ly'ebitato
book shop

GYM

ebirabbo
trophies

manvuli
umbrella

okuseyeeya
float

wuterri
hotel

okusitula ebizito
weightlifting

okunanuka
stretching

ekidiba
omuwugirwa
swimming pool

ezowe
exercise

BOO

HO

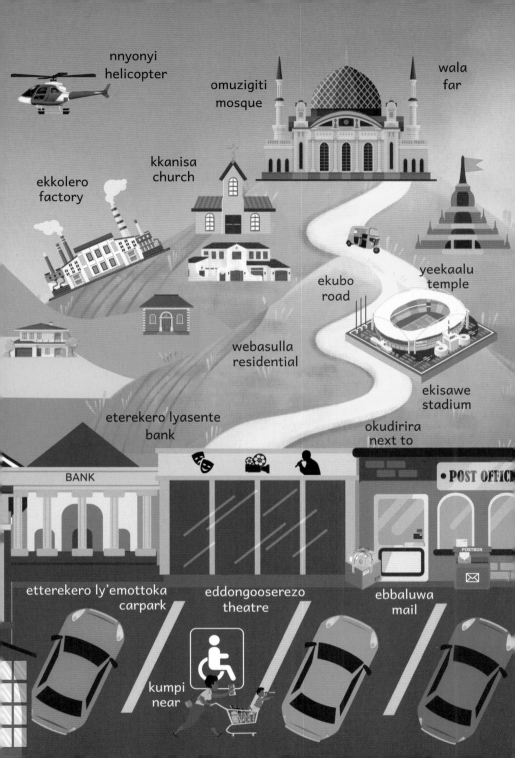

EMIZANNYO / HOBBIES AND GAMES

okukuba eng'oma
drumming

oluyimba
song

okuvuga eggaali
cycling

okuyimba
singing

empaka
race

okubuuka
jump

okuwangula
win

okubiibya
dancing

omuguwa
rope

okuserera
trip

okuddukadduka
running

okuwangulwa
lose

kudduka
jogging

okubuuka omuguwa
skipping

okuvuga ekipiira
hoop and stick

okwewummuza
relaxing

okusoma
reading

firimu
films

emizannyo
board games

emizannyo
gy'ekyuma ki
kalimagezzi

computer
games

ekibangirizi
park

okuzannya ensero
basketball

akapiira
football

okukongojja
hop

matatu
cards

okusiiga langi
painting

kwekweka
hiding

okutuula
sit

omweso
mancala game

jangu onkwekule
hide and seek

ennyonyi z'empapula
paper plane

okusiiga ku bisenge
graffiti art

okuwunda
crafts

dduulu
marbles

okuzimba   okumenya
make   break

YOUTH

OMWAANA OMUWERE / NEW BABY

ekifaananyi
photo

omuwere
infant

mwe basitulira
omwana
carrier

okuba olubuto
pregnancy

abagenyi
visitors

mwebasindikira
abaana
pram

ekikwanso
safety pin

omusubbaawa
candle

kkeeki
y'amazaalibwa
birthday cake

ebbuba
jealous

akasimu k'abaana
mobile

akatanda k'abaana
cot

ennywanto
bottle

WELCOME NEW BABY

amazaalibwa
birthday

okujaguza
party

ekifanaanyi
photo

okutonaatona
decorations

okukuba
take

obukaka
obuyozaayoza
congratulations

okuyonsa
breastfeeding

enkofiira y'okujaguza
party hat

ebirabo
gifts

okuvunnama
bow

omuntu mukulu
adult

okugaba
sharing

okujaguzza
celebrate

okuuwa
give

omwaaa omuto
toddler

ENGOYE / CLOTHING

omukolo
event

siteegi
stage

ennono
culture

ekikooyi
kikoy

esaati
shirt

gaalubindi
glasses

ekkooti
jacket

omushanana
western
uganda dress

jjiini
jeans

buyu
buyu
saree

suuti
banyakole,
bahima
+ batooro
dress

amataala ga siteegi
stage lights

ekivvulu
concert

bbulawuzi
blouse

omwoleso gw'emisono
fashion show

kanzu
tunic

abalabi
audience

enkofiira
hat

ekirevu
beard

modern
omushanana

one-piece
western
uganda dress

omujoozi
t-shirt

ekiteeteeyi
dress

empale
empanvu
trousers

engatto
shoes

gomesi
buganda
dress

ekikubiro kya bamasai
maasai shawl

sikaati
skirt

entalabuusi
kufi

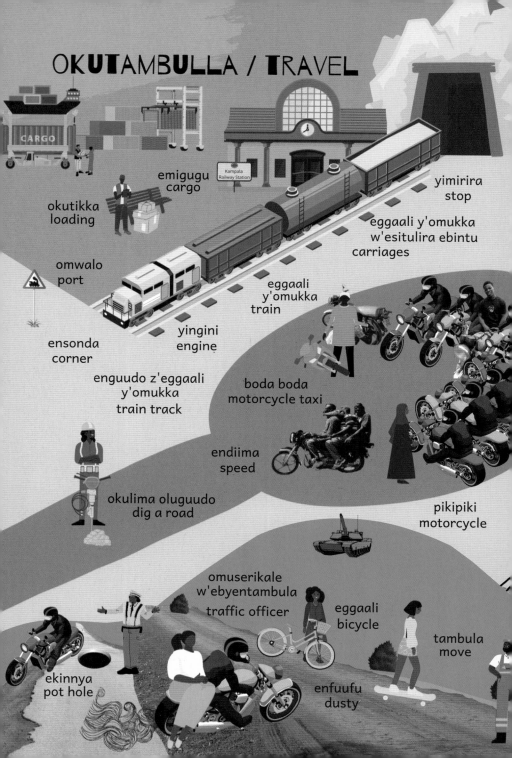

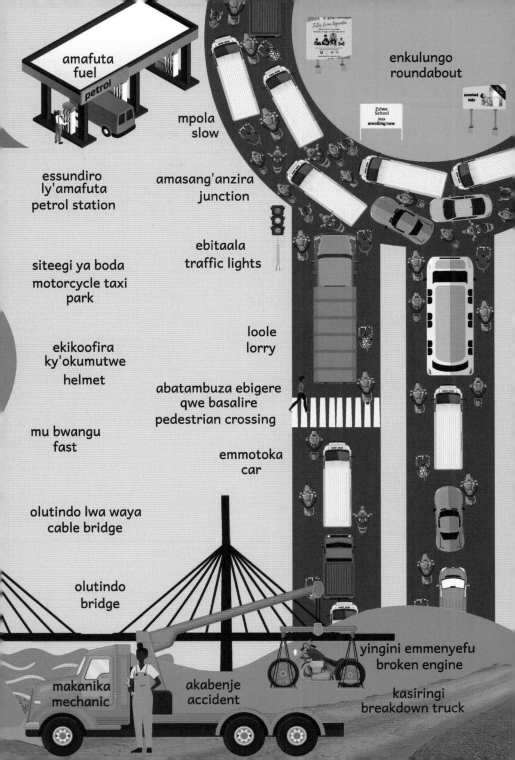

KU PPAAKA YA BBAASI / AT THE BUS PARK

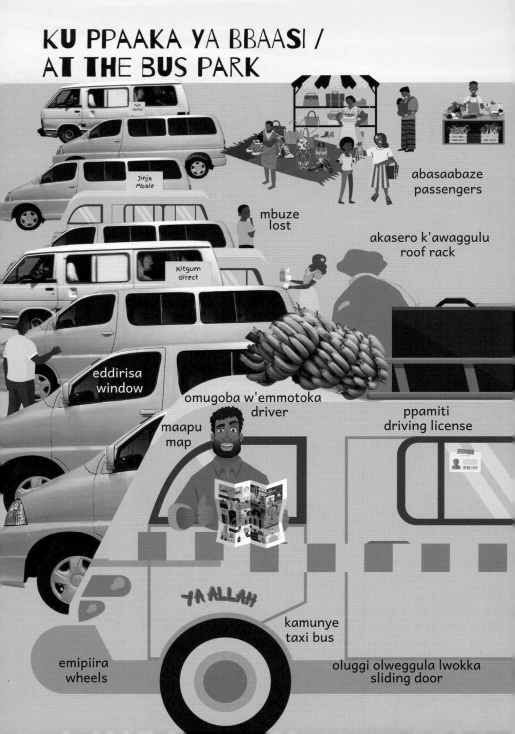

abasaabaze
passengers

mbuze
lost

akasero k'awaggulu
roof rack

eddirisa
window

omugoba w'emmotoka
driver

ppamiti
driving license

maapu
map

kamunye
taxi bus

emipiira
wheels

oluggi olweggula lwokka
sliding door

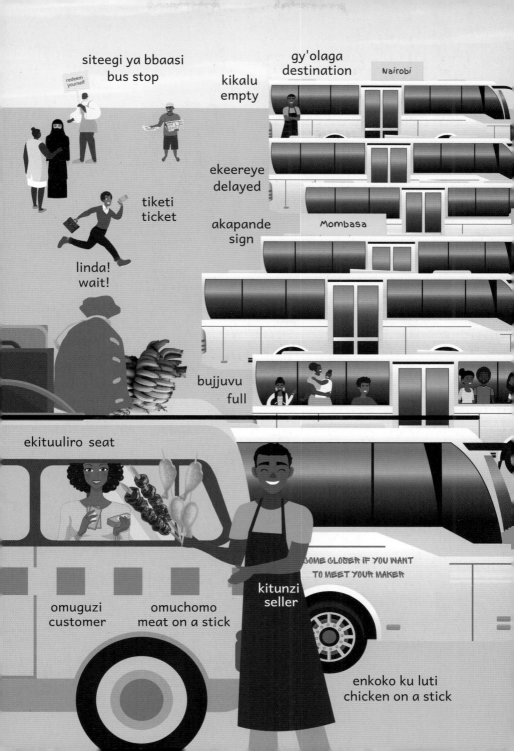

eduuka
shop

lisiiti
receipt

eggulire
newspaper

emmeeza
table

omutembeeyi
vendor

entebe
chair

okupima
weigh

omukeeka
mat

minzaani
scales

ekyennyanja
ekyokye
grilled fish

engoye
clothes

ssente
money

ekitengi
wax print fabric

akaveera
plastic bag

MU SALUUNI / IN THE SALON

ekiviiri ekisibe
afro puffs

akawalaata
buzzcut

ebiswayiri
cornrows

ekiwalaata
bald

wansi
down

asala enjala
nail technician

endabirwamu
mirror

kinyoozi
barber

emiguwa gy'enviiri
locs

nnyimpi
short

makansi
scissors

ejjirita
razor

ekikaza enviiri
hairdryer

obututtwa
twists

webatuukira
receptionist

OPEN

tusannyuse okukulaba
welcome

omunya
gecko

butto
cooking oil

obunzaali
curry powder

ekibbo
basket

ebbakuli
bowl

essowaani
plates

enyaanya
tomato

amagi
eggs

amanda
charcoal

engaano
flour

ekisawo
sack

enku
firewood

ensuwa
pot

okutabula
stirring

okufumba
cooking

omulawo
stirring spoon

ekijiiko
spoon

omuliro
fire

essigiri
charcoal
stove

OKULYA EMMERE / EATING FOOD

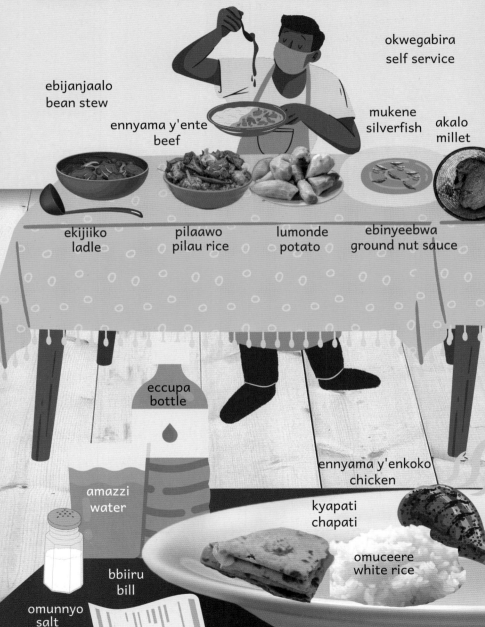

okwegabira
self service

ebijanjaalo
bean stew

ennyama y'ente
beef

mukene
silverfish

akalo
millet

ekijiiko
ladle

pilaawo
pilau rice

lumonde
potato

ebinyeebwa
ground nut sauce

eccupa
bottle

ennyama y'enkoko
chicken

amazzi
water

kyapati
chapati

omuceere
white rice

bbiiru
bill

omunnyo
salt

okuloza
taste

ekiwoomerevu
sweet

eggolu
left-over food

omubisi
juice

muwogo
cassava

engege
tilapia

ekikajjo
sugar cane

ennya y'embizzi
pork

doodo
spinach

kyapatai y'amagi
rolex

amandaazi
east african
donut

akatunda
passion fruit

ekitambaala ky'okummeeza
table cloth

MENU

VEGETARIAN 15K

PESCATARIAN 20K

NON-VEG 30K

ekijjulo
meal

eky'eggulo
dinner

girassi
glass

akawunga
posho

amata
milk

wooteeri
restaurant

ensujju
pumpkin

ovakkedo
avocado

amatooke amanyige
smashed plantain

wuma
fork

akambe
knife

essowaani
plate

OMUGGA KIIRA / ON THE NILE

ekitebbe ky'embalaasi
saddle

omuvuzi
rider

embalaasi
horse

okwoza engoye
washing clothes

kibisi
wet

okutokota
evaporating

kikalu
dry

akazinga
island

THE SOURCE OF R. NILE

JINJA
WORLD'S LONGEST
RIVER

ggoonya
crocodile

ensibuko y'omugga kiira
source of the nile

omugga
river

omuvubi
fisherman

ensiri
mosquitoes

ebirawuli
binoculars

eryato ery'okuvubiramu
fishing boat

akatimba akavuba
fishing net

kalole
stork

enjazi
rocks

amayengo
rapids

omugendo
current

eryato
ly'abalambuzi
boat tour

ekiyiriro
waterfall

enjuba gy'egwa
sunset

okusaabala
rafting

akabi!
danger!

akasiisira
hut

ekyoya
feather

ekinyonyi
bird

ekisusunku
nest

olubalama
lw'ennyanja
river bank

enswaswa
monitor lizard

omusota
snake

amannyo
g'omusota
fang

okuluma
bite

okuyigga
hunt

okuwuga
swimming

okulaba ebinyonyi
birdwatching

ekyennyanja
fish

we balundira
ebyenyanja
fish farm

ddaamu
dam

okuwungula eryato
cruise

GHTSEEING

eryato
boat

amasannyalaze
bydroelectric power

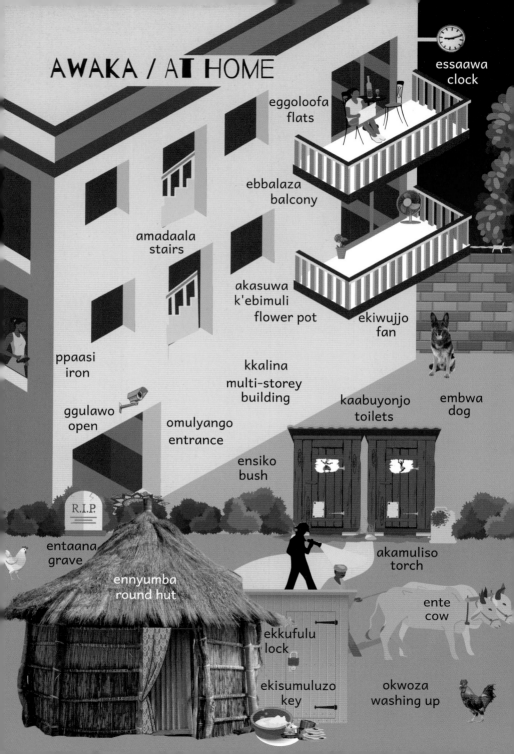

ESSAAWA Y'OKWEBAKA / BEDTIME

okuvunnama
bow

ekisenge   bedroom

akatimba k'ensiri
mosquito net

akawuzi
string

emunyeenye
star

omwezi
moon

ekiro
night

obwebafu
sleepy

okwanika
hanging

okufuluuta
snoring

ettaala
lamp

zZZ

omufaliso mattress

mu kitanda
bed

we batereka
ebitabo
bookcase

okuloota
dreaming

ekitanda
into bed

okwebaka
sleeping

omutto
pillow

okunyumirwa fun

sapatu z'omunju
house slippers

engero
z'omukitanda
bedtime story

sula bulungi

good night